AF188395

Impressum
Verlag: BABADADA GmbH, Nedderfeld 112 , 22529 Hamburg
Geschäftsführer / Verlagsleitung: Harald Hof
Druck: Books on Demand GmbH, In de Tarpen 42, 22848 Norderstedt

Imprint
Publisher: BABADADA GmbH, Nedderfeld 112 , 22529 Hamburg, Germany
Managing Director / Publishing direction: Harald Hof
Print: Books on Demand GmbH, In de Tarpen 42, 22848 Norderstedt

classroom
icyumba k'ishuri

divide
kugabanya

186/2

board
ikibaho

school yard
ikibuga cyo gukiniramo

teacher
umwarimu

paper
urupapuro

write
kwandika

pen
ikaramu

desk
ameza yo kwandikiraho

ruler
iregere

book
igitabo

pil
anyeshuri bo mu mashuri abanza

satchel

agahago k'ishuri

pencil case

agasanduku k'amakaramu y'igiti

pencil

ikaramu y'igiti

pencil sharpener

tayekereyo

rubber

igome

drawing pad

ikayi yo gushushanya

drawing

igishushanyo

paintbrush

uburoso bwo gusigisha

paint box

agasanduku k'amarangi y'amabara

scissors

umukasi

glue

kore

exercise book

ikayi y'imyitozo

homework

umukoro w'imuhira

number

umubare

2+2

add

guteranya

5-2

subtract

gukuramo

2×2

multiply

gukuba

calculate

kubara

A

letter

ibaruwa

ABCDEFG
HIJKLMN
OPQRSTU
VWXYZ

alphabet

inyuguti uko zikurikirana

word

ijambo

text

umwandiko

read

gusoma

chalk

ingwa

lesson

isomo

register

igitabo cyo
kwiyandikishamo

exam

ikizami

certificate

impamyabumenyi

school uniform

umwambaro w'ishuri

education

uburezi

encyclopedia

inkoranyamagambo

university

kaminuza

microscope

mikorosikope

map

ikarita

waste-paper basket

pubere

hotel
hoteli

hostel
inzu y'amacumbi

bureau de change
ku muvunjayi

car
imodoka

language
ururimi

yes / no
yego / oya

Okay
Yego

hello
bite

translator
umusemuzi

Thank you
Murakoze

how much is...?

ni angahe...?

I do not understand

Sinsobanukiwe

problem

ikibazo

Good evening!

wiriwe!

Good morning!

Waramutse

Good night!

Ijoro ryiza

bye bye

bayi

direction

ikerekezo

luggage

imizigo

bag

igikapo

backpack

igikapo baheka

guest

umushyitsi

room

icyumba

sleeping bag

agafuko baryamamo

tent

ihema

tourist information

amakuru y'ahasurwa na ba mukerarugendo

beach

ku musenyi wo ku mazi

credit card

ikarita ya banki

breakfast

ifunguro ryo gusamura

lunch

ifunguro rya ku manywa

dinner

ifunguro rya nimugoroba

ticket

itike

lift

asanseri

stamp

itembure

border

umupaka

customs

gasutamo

embassy

ambasade

visa

viza

passport

pasiporo

aeroplane
indege

ship
ubwato bunini

fire engine
imodoka y'abazimyamuriro

truck
ikamyo

bus
bisi

motorboat
ubwato bwa moteri

car
imodoka

bike
igare

ferry

ubwato bwambutsa imizigo
n'abantu

boat

ubwato

motorbike

ipikipiki

police car

imodoka ya polisi

racing car

imodoka ya kuruse

rental car

imodoka ikodeshwa

car sharing

gusangira imodoka

breakdown truck

imodoka iterura izindi

refuse truck

imodoka iyora imyanda

motor

moteri

fuel

lisansi

petrol station

sitasiyo ya lisansi

traffic sign

icyapa kiyobora imodoka

traffic

urujya n'uruza rw'imodoka

traffic jam

ambuteyaje

car park

parikingi y'imodoka

train station

gare ya gariyamoshi

tracks

inzira ya gariyamoshi

train

gariyamoshi

tram

bisi ikoresha
amashanyarazi

carriage

agatete k'imizigo gakururwa
n'imodoka

helicopter

kajugujugu

airport

ikibuga k'indege

tower

umunara

passenger

umugenzi

container

konteneri

carton

ikarito

cart

akagorofani ko mu iduka

basket

agaseke

take off / land

kuguruka / kururuka

city

umugi

village

umudugudu

city centre

mu mujyi rwagati

house

inzu

cinema
inzu ya sinema

advert
amashusho yamamaza

street lamp
itara ryo ku muhanda

street
agahanda

taxi
tagisi

snack shop
kiyosike

pedestrian
umunyamaguru

pavement
inzira y'abanyamaguru

zebra crossing
imirongo abagenzi bambukiraho umuhanda

bin
pubere

crossing
amasangano

traffic lights
feruje

hut

akaruri

flat

inzu ifatanye n'izindi

train station

gare ya gariyamoshi

town hall

ibiro bya meya

museum

inzu ndangamurage

school

ishuri

university
kaminuza

bank
banki

hospital
ibitaro

hotel
hoteli

pharmacy
farumasi

office
ibiro

book shop
inzu bagurishirizamo ibitabo

shop
iduka

florist's
umucuruzi w'indabo

supermarket
amangazini manini

market
isoko

department store
idepo

fishmonger's
umucuruzi w'amafi

shopping centre
iduka rinini

harbour
icyambu

park

parike

bench

intebe y'urubaho

bridge

iteme

stairs

amadarajya

underground

inzira yo munsi y'ubutaka

tunnel

umuhanda wo munsi
y'ubutaka

bus stop

icyapa cya bisi

bar

bare

restaurant

resitora

postbox

agasanduku k'amabaruwa

street sign

icyapa cyo ku muhanda

parking meter

mubazi ya parikingi

zoo

zoo

swimming pool

pisine

mosque

umusigiti

farm

ifamu

pollution

kwangiza umwuka

graveyard

irimbi

church

ikiriziya

playground

ikibuga k'imikino

temple

urusengero

landscape

umurambi

signpost
icyapa kiyobora

way
inzira

meadow
umukenke

stone
ibuye

hiker
umuntu utembera mu misozi

tree
igiti

river
umugezi

grass
ibyatsi

flower
indabo

valley

ikibaya

hill

agasozi

lake

ikiyaga

forest

ishyamba

desert

ubutayu

volcano

ikirunga

castle

ingoro

rainbow

umukororombya

mushroom

icyobo

palm tree

ikigazi

mosquito

umubu

fly

isazi

ant

intozi

bee

uruyuki

spider

igitagangurirwa

beetle

ikivumvuri

frog

igikeri

squirrel

inkima

hedgehog

imbuni

hare

urukwavu

owl

igihunyira

bird

inyoni

swan

igishuhe

boar

isatura

deer

ingeragere

moose

impongo

dam

urugomero

wind turbine

igipanga kikaraga kikazana
umuyaga

solar panel

urubaho rukurura imirasire

climate

ikirere

waiter
umuseriveri

menu
ibiryo byateguwe

chair
intebe

soup
isupu

pizza
piza

cutlery
ibikoresho byo kumeza

tablecloth
igitambaro cyo gutegura ku meza

starter

aperitifu

main course

isahani nkuru

dessert

deseri

drinks

ibinyobwa

food

ibiribwa

bottle

icupa

fast food

ibiryo barya bagenda

street food

ibiryo byo kumuhanda

teapot

ibirika y'icyayi

sugar bowl

agakombe k'isukari

portion

isahani y'ibiryo

espresso machine

imashini y'ikawa ya
esipereso

high chair

intebe ndende

bill

inyemezabuguzi

tray

ipurato

knife

icyuma

fork

ikanya

spoon

ikiyiko

teaspoon

akayiko k'icyayi

serviette

seriviyete

glass

ikirahure cyo kunywesha

plate
isahani

soup plate
isahani y'isupu

saucer
agasutasi

sauce
isosi

salt pot
agacupa k'umunyu

pepper mill
agasekuru k'urusenda

vinegar
vinegere

oil
amavuta

spices
ibirunge

ketchup
kecapu

mustard
mutaride

mayonnaise
mayonezi

special offer
igiciro kidasanzwe

customer
umukiriya

dairy
ibiva mu mata

fruit
imbuto

trolley
akagorofani ko mu iduka

butcher's

busheri

baker's

buranjeri

weigh

gupima ibiro

vegetables

imboga

meat

inyama

frozen food

ibiryo bakonjesheje

cold meat

inyama zikonje

tinned food

ibiryo byo mu makopo

washing powder

isabune y'ifu

sweets

bombo

household products

ibikoresho byo mu rugo

cleaning products

imiti isukura

salesperson

umucuruzikazi

till

kukesa

cashier

umubitsi

shopping list

urutonde rwo guhaha

opening hours

amasaha haba hafunguye

wallet

ipotomoni

credit card

ikarita ya banki

bag

umufuka

plastic bag

imifuko ya pulasitike

water
amazi

juice
umutobe

milk
amata

coke
koka

wine
divayi

beer
byeri

alcohol
inzoga

cocoa
shokora ishyushye

tea
icyayi

coffee
ikawa

espresso
ikawa ya esipereso

cappuccino
kapucino

banana

umuneke

apple

pome

orange

icunga

melon

wotameloni

lemon

indimu

carrot

karoti

garlic

tungurusumu

bamboo

umugano

onion

urutunguru

mushroom

icyoba

nuts

ubunyobwa

noodles

amakaroni

spaghetti

spageti

rice

umuceri

salad

salade

chips

udufiriti

fried potatoes

ibirayi by'ifiriti

pizza

piza

hamburger

hamburugeri

sandwich

sanduwici

cutlet

escalope

ham

jambo

salami

salami

sausage

sosiso

chicken

inkoko

roast

kotsa

fish

ifi

porridge oats

igikoma cy'uburo

muesli

pisitashi

cornflakes

impeke

flour

ifu

croissant

kuruwasa

bread roll

amandazi

bread

umugati

toast

umugati wumishijwe

biscuits

ibisuguti

butter

amavuta

curd

forumaje year

cake

keke

egg

igi

fried egg

umureti

cheese

forumaje

ice cream

ayisikirimu

sugar

isukari

honey

ubuki

jam

konfitire

chocolate spread

shokora

curry

kiri

goat

ihene

cow

inka

calf

umutavu

pig

ingurube

piglet

ikibwana k'ingurube

bull

ikimasa

goose

igishuhe

duck

imbata

chick

umushwi

hen

inkokokazi

cock

isake

rat

imbeba

cat

injangwe

mouse

imbeba

ox

ikimasa

dog

imbwa

doghouse

ikiruka

garden hose

itiyo ijyana mu karima

watering can

arozuwari

scythe

najuru

plough

imashini ihinga

sickle

najuru

hoe

isuka

pitchfork

rato

axe

ishoka

wheelbarrow

ingorofani

trough

ikibumbiro

milk can

inkongoro

sack

igunira

fence

urugo

stable

ikiraro

greenhouse

inzu ihingwamo

soil

ubutaka

seed

imbuto zo gutera

fertilizer

ifumbire

combine harvester

imashini isarura

harvest

gusarura

harvest

umusaruro

yams

ibikoro

wheat

ingano

soy

soya

potato

ikirayi

corn

ikigori

rapeseed

umwayi weze

fruit tree

igiti k'imbuto

cassava

umwumbati

cereals

impeke

living room

icyumba cy'uruganiriro

bathroom

ubwogero

kitchen

igikoni

bedroom

icyumba cyo kuraramo

child's room

icyumba cy'abana

dining room

uburiro

floor

hasi

wall

urukuta

ceiling

purafo

cellar

kave

sauna

sawuna

balcony

urubaraza

terrace

ku rubaraza

pool

pisine

lawn mower

imashini ikupakupa

sheet

umwenda utwikira

bedspread

kuvureri

bed

igitanda

broom

umweyo

bucket

indobo

switch

enteributeri

carpet

itapi

curtain

rido

table

ameza

chair

intebe

rocking chair

intebe yizengurutsa

armchair

ifoteyi

book

igitabo

blanket

uburingiti

decoration

umutako

firewood

inkwi

film

filimi

hi-fi equipment

ibikoresho bya hifi

key

urufunguzo

newspaper

ikinyamakuru

painting

ishusho

poster

icyapa

radio

iradiyo

notepad

ikarine

hoover

umweyo wa kizungu
ukoresha umwka

cactus

ikimungu

candle

buji

fridge
firigo

microwave oven
mikorowonde

kitchen scales
umunzani wo mu gikoni

toaster
akuma kumisha umugati

detergent
umuti wo kogesha ibyombo

oven
ifuru

freezer
igice cya firigo gikonjesha cyane

dishwasher
imashini yoza ibyombo

cooker
....
iziko

pot
....
icyungo

cast-iron pot
....
inkono y'icyuma

wok / kadai
....
ipanu ifukuye cyane

pan
....
ipanu

kettle
....
ibirika

steamer

isafuriya ya peresiyo

baking tray

isahani yo mu ifuru

crockery

ibyombo

mug

igikombe

bowl

isorori

chopsticks

uduti abashinwa barisha

ladle

ikiyiko kigabura

spatula

Ikiyiko cyarura ifiriti

whisk

umutozo

strainer

paswari

sieve

akayunguruzo

grater

agaharuzo ka karoti

mortar

isekuru

barbecue

icyokezo

open fire

shomine

chopping board

akabaho ko gukatiraho
imboga

rolling pin

umwuko

corkscrew

urufunguzo rwa divayi

can

agakopo

can opener

urufunguzo rw'amakopo

pot holder

umukondo w'icyungo

sink

ravabo

brush

uburoso

sponge

iponji

blender

mixer

deep freezer

firigo itambitse

baby bottle

bibero

tap

robine

kitchen - igikoni

shower
robine imishagira amazi ku mubiri mu bwogero

heating
umushyushya

towel
isume

shower curtain
rido y'ubwogero

bubble bath
isabune y'ifuro yo koga

bathtub
umuvure w'ubwogero

glass
ikirahure cyo kunywesha

washing machine
imashini imesa

tap
robine

tiles
amakaro

potty
igikono bitumamo

sink
ravabo

toilet	squat toilet	bidet
ubwiherero	umusarani wo gusutama	igikono cy'ubwiherero bwo mu nzu
urinal	toilet paper	toilet brush
aho bihagarika	papiyejenike	uburoso bwo mu bwiherero

toothbrush

uburoso bw'amenyo

toothpaste

korogati

dental floss

akagozi ko kwihaganyuza amenyo

wash

gukaraba

handheld shower

akamishagira amazi ku mubiri bafata mu ntoki

douche

ubwogero bw'amazi yisuka

basin

avabo bakarabiramo intoki

back brush

uburoso bwo kwitsiritisha mu mugongo

soap

isabune

shower gel

isabune yo mu bwogero

shampoo

isabune yo kumeshesha umusatsi

flannel

icyangwe cyo kwiyuhagiza

drain

kuyobora amazi yanduye

cream

ikimuri

deodorant

umubavu

mirror

ikirori cyo mu ntoki

hand mirror

ikirori cyo mu ntoki

razor

urwembe

shaving foam

ifuro ryo kurinda imiburu

aftershave

umuti ukingira imiburu

comb

igisokozo

brush

uburoso

hair dryer

imashini yumisha umusatsi

hairspray

amarashi y'umusatsi

makeup

igishahuro cyo kwitera

lipstick

rujalevure

nail varnish

verini y'inzara

cotton wool

ipamba

nail scissors

agasena inzara

perfume

umubavu

washbag

agafuka k'ibikoresho byo
mu bwogero

stool

intebe

weighing scale

umunzani

bathrobe

ikanzu yo kujyana mu
bwogero

rubber gloves

udupfukantoki two
gusukuza

tampon

urubindo

sanitary towel

udupapuro two
wihanaguza mu bwiherero

chemical toilet

ubwiherero bwimukanwa

alarm clock
inzogera y'isaha ikangura

cuddly toy
igipupe gikoze mu myenda

toy car
udukinisho tw'imodoka

rattle
ikinyuguri

doll's house
inzu y'ibipupe

present
impano

balloon
ballon

bed
igitanda

pram
agapusipusi

deck of cards
amakarita

jigsaw
kubaka ishusho
bacagaguye

comic
inkuru isetsa

lego bricks

gucomekanya udutafari

building blocks

udutafari tw'udukinisho

action figure

igikinisho

babygrow

ipinjama y'uruhinja

frisbee

gutera indege

mobile

terefoni ngendanwa

board game

imikino yo kuganiriraho

dice

igisoro

model train set

gariyamoshi y'igikinisho

dummy

ikinyonyo

party

umunsi mukuru

picture book

arubumu

ball

umupira

doll

agapupe

play

gukina

sandpit

igikarito cy'umucanga

swing

urwicundo

toys

ibikinisho

video game console

agasanduku k'imikino yo
kuri videwo

tricycle

akagare k'imipine itatu

teddy bear

igipupe k'ibyoya

wardrobe

akabati k'imyenda

clothing

imyambaro

socks

amasogisi

stockings

amasogisi afatanye n'ikariso

tights

kora

scarf
akitero

umbrella
umutaka

t-shirt
agapira ko hejuru

belt
umukandara

boots
bote

slippers
inkweto zo kubyukan

trainers
superese

sandals
isandari

shoes
inkweto

rubber boots
bote za kawucu

underpants
imyenda y'imbere

bra
isutiye

vest
isengeri

clothing - imyambaro

body

body

trousers

ipantalo

jeans

ikoboyi

skirt

ijipo

blouse

ishati y'abagore

shirt

ishati

pullover

umupira w'imbeho

hoodie

umupira w'ingofero

blazer

agakoti

jacket

ijaketi

coat

ikoti

raincoat

ikoti ry'imvura

costume

umwambaro w'ibikino

dress

ikanzu

wedding dress

ikanzu y'abageni

suit

kostitimu

nightgown

ikanzu yo kurarana

pyjamas

ipinjama

sari

mukenyero w'abahindikazi

headscarf

igitambaro cyo mu mutwe

turban

urugori

burqa

umwitandiro uhisha isura

kaftan

ikanzu ndende

abaya

igishura

swimsuit

imyenda yo
kwidumbaguzanya

trunks

ikariso yo
kwidumbaguzanya

shorts

ikabutura

tracksuit

tereningi

apron

itaburiya

gloves

udupfukantoki

button

igipesu

glasses

amadarubindi

bracelet

igikomo

necklace

umukufi

ring

impeta

earring

iherena

cap

ingofero

coat hanger

porutemanto

hat

ingofero

tie

karuvati

zip

imashini yo ku mwenda

helmet

kasike

braces

amaburuteri

school uniform

umwambaro w'ishuri

uniform

impuzankano

bib

agakingirankonda

dummy

ikinyonyo

nappy

amaranje

server
seriveri

filing cabinet
akabati k'impapuro

printer
empirimante

monitor
ekara

paper
urupapuro

mouse
suri

desk
ameza yo kwandikiraho

folder
karaseri

keyboard
karaviye

chair
intebe

waste-paper basket
pubere

computer
mudasobwa

coffee mug

igikombe k'ikawa

calculator

akabarisho

internet

enterineti

laptop

laputopu

letter

ibaruwa

message

ubutumwa

mobile

ngendanwa

network

netiwake

photocopier

fotokopiyeze

software

porogaramu

telephone

telefoni

plug socket

purize

fax machine

imashini yohereza fagisi

form

fomu

document

inyandiko

buy

kugura

pay

kwishyura

trade

gucuruza

money

amafaranga

dollar

idorari

euro

iyero

yen

iyeni

rouble

irubure

Swiss franc

ifaranga ry'irisuwisi

renminbi yuan

iriyuwani

rupee

irupi

cashpoint

icyuma cya banki
babikurizaho

bureau de change

ku muvunjayi

gold

zahabu

silver

feza

oil

peteroli

energy

ingufu z'amashanyarazi

price

igiciro

contract

kontaro

tax

tagisi

stock

isoko ryo kugura no kugurisha

work

gukora

employee

umukozi

employer

umukoresha

factory

uruganda

shop

iduka

police officer
umupolisi

fireman
umuzimyamuriro

cook
umutetsi

doctor
muganga

pilot
umupilote

gardener

umujaridiniye

carpenter

umubaji

seamstress

umudozi

judge

umucamanza

chemist

umunyabutabire

actor

umukinnyi wa filimi

bus driver

umushoferi wa bisi

taxi driver

umushoferi wa tagisi

fisherman

umurobyi

cleaning lady

umugore ushinzwe gukora
isuku

roofer

umufundi usakara

waiter

umuseriveri

hunter

umuhigi

painter

umuntu usiga irangi

baker

Umuntu ukora imigati

electrician

Umuntu ukora mu
mashanyarazi

builder

umufundi

engineer

injenyeri

butcher

umubazi

plumber

umutnu ukora mu mazi

postman

umuparanto

soldier

umusirikare

architect

umwubatsi

cashier

umubitsi

florist

muntu ukora mu by'indabo

hairdresser

kimyozi

conductor

komvuwayeri

mechanic

umukanishi

captain

kapiteni

dentist

muganga w'amenyo

scientist

umuhanga muri siyansi

rabbi

rabi

imam

imamu

monk

umumwane

clergyman

umuyobozi w'idini

hammer
inyundo

pliers
igifashi

screwdriver
turunevisi

spanner
isupani

torch
itoroshi

digger

ipiki

toolbox

isanduku y'ibikoresho

ladder

urwego

saw

urukero

nails

imisumari

drill

itindo

repair

gusana

shovel

igitiyo

Damn!

wo gacwa we

dustpan

igitiyo

paint pot

igikombe k'irangi

screws

amavisi

musical instruments
ibyuma by'umuziki

drum kit
ingoma z'ikizungu

loudspeaker
umuzindaro

guitar
gitari

double bass
gitari y'ijwi ryo hasi

trumpet
urumbeti

piano

piyano

violin

iningiri

bass

gitari idunda

timpani

sembare

drums

ingoma

keyboard

inanga ya kizungu

saxophone

sagisofone

flute

umwirongi

microphone

indangururamajwi

entrance
umuryango

tiger
igitaragwe

cage
ikibuti

zebra
imparage

animal feed
ibiryo by'amatungo

panda
panda

animals
inyamaswa

elephant
inzovu

kangaroo
kanguru

rhino
inkura

gorilla
ingagi

bear
idubu

camel

ingamiya

ostrich

imbuni

lion

intare

monkey

inguge

flamingo

uruyongoyongo

parrot

gasuku

polar bear

idubu yo mu bukonie

penguin

inyoni yo ku mazi

shark

igifi kinini

peacock

inyoni y'amasunzu

snake

inzoka

crocodile

ingona

zookeeper

umurinzi

seal

umuhuri

jaguar

ingwe

pony

icyana k'ifarasi

leopard

ingwe

hippo

imvubu

giraffe

umusumbarembo

eagle

inkona

boar

isatura

fish

ifi

turtle

akanyamasyo

walrus

igifi k'imikaka

fox

umuhari

gazelle

isha

American football
Futuboro y'abanyamerika

cycling
gusiganwa ku magare

tennis
tenisi

basketball
Basiketi

swimming
umukino wo koga

boxing
umukino w'amakofe

ice hockey
Hoke yo ku rubura

football

umupira w'amaguru

badminton

umukino wa badminton

athletics

abakina imikino
ngororamubiri

handball

handibolo

skiing

guserereka kuri neje

polo

polo

jump
gusimbuka

hug
guhobera

laugh
guseka

walk
kugenda

sing
kuririmba

dream
kurota

pray
gusenga

kiss
gusomana

write
kwandika

draw
gushushanya

show
kwerekana

push
gusunika

give
gutanga

take
gufata

activities - ibikorwa

have

kugira

do

gukora

be

kuba

stand

guhaguruka

run

kwiruka

pull

gukurura

throw

kujugunya

fall

kugwa

lie

kuryama

wait

gutegereza

carry

kwikorera

sit

kwicara

get dressed

kwambara

sleep

gusinzira

wake up

gukanguka

look at

kureba

cry

kurira

stroke

kwagaza

comb

gusokoza

talk

kuvuga

understand

gusobanukirwa

ask

kubaza

listen

kumva

drink

kunywa

eat

kurya

tidy up

gushyira ku murongo

love

gukunda

cook

guteka

drive

gutwara imodoka

fly

kuguruka

sail

kugashya

calculate

kubara

read

gusoma

learn

kwiga

work

gukora

marry

kurongora

sew

kudoda

brush teeth

uburoso bw'amenyo

kill

kwica

smoke

kunywa itabi

send

kohereza

grandmother
nyogokuru

grandfather
sogokuru

father
papa

mother
mama

baby
uruhinja

daughter
umwana w'umukobwa

son
umwana w'umuhungu

guest

umushyitsi

aunt

masenge

uncle

marume

brother

musaza wange

sister

mushiki wange

forehead
agahanga k'imbere

eye
ijisho

face
isura

chin
akananwa

breast
ibere

shoulder
urutugu

finger
urutoki

hand
ikiganza

arm
ukuboko

leg
ukuguru

baby

uruhinja

man

umugabo

woman

umugore

girl

umukobwa

boy

umuhungu

head

umutwe

back

umugongo

belly

inda

belly button

umukondo

toe

ino

heel

agatsinsino

bone

igufa

hip

amayunguyungu

knee

ivi

elbow

inkokora

nose

izuru

bottom

ikibuno

skin

uruhu

cheek

itama

ear

ugutwi

lip

umunwa

mouth

mu munwa

tooth

iryinyo

tongue

ururimi

brain

ubwonko

heart

umutima

muscle

umutsi

lung

ibihaha

liver

umwijima

stomach

igifu

kidneys

impyiko

sex

igitsina

condom

agakingirizo

ovum

intanga

semen

amasohoro

pregnancy

gusama inda

menstruation

imihango

vagina

igituba

penis

imboro

eyebrow

ibitsike

hair

umusatsi

neck

ijosi

hospital
ibitaro

ambulance
imbangukiragutabara

wheelchair
akagare k'abagendana ubumuga

fracture
kuvunika igufa

doctor

muganga

emergency room

icyumba k'indembe

nurse

umuforomo kazi

emergency

mu ndembe

unconscious

guta ubwenge

pain

ububabare

injury

igikomere

bleeding

kuva amaraso

heart attack

gufatwa n'umutima

stroke

kuziba k'udutsi two mu bwonko

allergy

kwivumbura k'umubiri

cough

inkorora

fever

umuriro

flu

ibicurane

diarrhoea

impiswi

headache

kurwara umutwe

cancer

kanseri

diabetes

diyabete

surgeon

muganga ubaga

scalpel

icyuma kibaga umurwayi

operation

kubagwa

CT

ifoto yo mu cyuma

x-ray

radiyo

ultrasound

isuzuma rikoresha amajwi

face mask

agapfukamunwa

disease

indwara

waiting room

icyumba bategererezamo

crutch

imbago yo kwicumba

plaster

pasema

bandage

igipfuko

injection

urushinge

stethoscope

igipimo cy'umutima

stretcher

burankari

clinical thermometer

igipimo cy'umuriro

birth

ivuka

overweight

umubyibuho ukabije

hearing aid

nyunganirangingo y'amatwi

disinfectant

umuti wica mikorobe

infection

ubwandu

virus

virusi

HIV / AIDS

Virusi itera sida / Sida

medicine

ubuganga

vaccination

gukingira

tablets

ibinini

pill

ikinini

emergency call

guhamagara byihutirwa

blood pressure monitor

igenzura ry'umuvuduko
w'amaraso

ill / healthy

urwaye / ufite amagara
meza

Help!

Ntabara!

alarm

inzogera itabaza

assault

gusagarira

attack

igitero

danger

icyateza amakuba

emergency exit

umuryango unyuramo ukiza amagara

Fire!

Inkongi!

fire extinguisher

ikizimyamuriro

accident

impanuka

first-aid kit

ibikoresho by'ubutabazi bw'ibanze

SOS

induru itabaza

police

polisi

Europe

Uburayi

North America

Amerika y'Amajyaruguru

South America

Amerika y'Amagepfo

Africa

Afurika

Asia

Aziya

Australia

Ositarariya

Atlantic

Atalantika

Pacific

Oasifika

Indian Ocean

Inyanja y'Abahinde

Antarctic Ocean

Inyanja y'Antagitika

Arctic Ocean

Inyanja y'Arigitika

North Pole

Amajyaruguru y'Isi

South Pole

Amagepfo y'Isi

Antarctica

Antaragitika

Earth

Isi

land

ubutaka

sea

ikiyaga

island

ikirwa

nation

igihugu

state

leta

clock face

kadere y'isaha

hour hand

urushinge rw'amasaha

minute hand

urushinge rw'iminota

second hand

urushinge rw'amasegonda

What time is it?

ni isaha ki?

day

umunsi

time

igihe

now

nonaha

digital watch

isaha y'imibare

minute

iminota

hour

amasaha

Monday
Ku wa mbere

Wednesday
Ku wa gatatu

Friday
Ku wa gatanu

Saturday
Ku wa gatandatu

Tuesday
Ku wa kabiri

Thursday
Ku wa kane

Sunday
Ku cyumweru

yesterday

ejo hashize

today

tomorrow

ejo hazaza

morning

igitondo

noon

saa sita

evening

ku mugoroba

MO	TU	WE	TH	FR	SA	SU
1	2	3	4	5	6	7
8	9	10	11	12	13	14
15	16	17	18	19	20	21
22	23	24	25	26	27	28
29	30	31	1	2	3	4

business days

iminsi y'akazi

MO	TU	WE	TH	FR	SA	SU
1	2	3	4	5	6	7
8	9	10	11	12	13	14
15	16	17	18	19	20	21
22	23	24	25	26	27	28
29	30	31	1	2	3	4

weekend

wikendi

rain
imvura

spring
urugaryi

summer
iki

wind
umuyaga

autumn
umuhindo

snow
neje

winter
igihe cy'ubukonje

weather forecast

iteganyagihe

thermometer

igipimo cy'ubushyuhe

sunshine

izuba rirashe

cloud

ibicu

fog

ibihu

humidity

ububobere

lightning

umurabyo

thunder

inkuba

storm

umuhengeri

hail

urubura

monsoon

imiyaga ihuha iturutse mu nyanja

flood

umwuzure

ice

barafu

January

Mutarama

February

Gshyantare

March

Werurwe

April

Mata

May

Gicurasi

June

Kamena

July

Nyakanga

August

Kanama

year - umwaka

September

Nzeri

October

Ukwakira

November

Ugushyingo

December

Ukuboza

shapes
amaforoma

circle

uruziga

square

mpandenye

rectangle

urukiramende

triangle

mpandeshatu

sphere

umubumbe

cube

kibe

white
....
umweru

yellow
....
umuhondo

orange
....
oranje

pink
....
iroza

red
....
umutuku

purple
....
isine

blue
....
ubururu

green
....
icyatsi kibisi

brown
....
igihogo

grey
....
ikigina

black
....
umukara

a lot / a little

byinshi / bike

angry / calm

urakaye / utuje

beautiful / ugly

mwiza / mubi

beginning / end

intangiriro / impera

big / small

kinini / gito

bright / dark

gikeye / kijimye

brother / sister

musaza / mushiki

clean / dirty

gisukuye / cyanduye

complete / incomplete

kirangiye / kitarangiye

day / night

umunsi / ijoro

dead / alive

wapfuye / muzima

wide / narrow

hagari / hafunganye

edible / inedible

kiribwa / kitaribwa

evil / kind

umugome / ugwa neza

excited / bored

ushishikaye / warambiwe

fat / thin

ubyibushye / unanutse

first / last

mbere / nyuma

friend / enemy

inshuti / umwanzi

full / empty

cyuzuye / kirimo ubusa

hard / soft

gikomeye / cyoroshye

heavy / light

kiremeye / kitaremereye

hunger / thirst

inzara / inyota

ill / healthy

urwaye / ufite amagara
meza

illegal / legal

kemewe n'amategeko /
kibujijwe n'amategeko

intelligent / stupid

umunyabwenge / igicucu

left / right

iburyo / ibumoso

near / far

hafi / kure

new / used

gishya / cyakoze

nothing / something

nta kintu gihari / hari ikintu gihari

old / young

ushaje / muto

on / off

atsa / zimya

open / closed

gifunguye / gifunze

quiet / loud

ucecetse / usakuza

rich / poor

ukize / ukennye

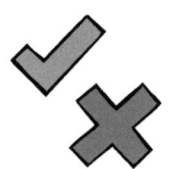

right / wrong

ni byo / si byo

rough / smooth

hahanda / hahehereye

sad / happy

urakaye / wishimye

short / long

mugufi / muremure

slow / fast

urandaga / wihuta

wet / dry

utose / wumye

warm / cool

ashyushye / ahoze

war / peace

intambara / amahoro

0

zero

zeru

1

one

rimwe

2

two

kabiri

3

three

gatatu

4

four

kane

5

five

gatanu

6

six

gatandatu

7

seven

karindwi

8

eight

umunani

9

nine

icyenda

10

ten

icumi

11

eleven

cumi na rimwe

12

twelve

cumi na kabiri

13

thirteen

cumi na gatatu

14

fourteen

cumi na kane

15

fifteen

cumi na gatanu

16

sixteen

cumi na gatandatu

17

seventeen

cumi na karindwi

18

eighteen

cumi n'umunani

19

nineteen

cumi n'icyenda

20

twenty

makumyabiri

100

hundred

ijana

1.000

thousand

igihumbi

1.000.000

million

miliyoni

English

Icyongereza

American English

Icyongereza
cy'Abanyamerika

Chinese Mandarin

Igishinwa k'ikimandarini

Hindi

Igihindi

Spanish

Ikesipanyoro

French

Igifaransa

Arabic

Icyarabu

Russian

Ikirusiya

Portuguese

Igiporutigari

Bengali

Ikibengari

German

Ikidage

Japanese

Ikiyapani

I
ge

you
wowe

he / she / it
we / we / we

we
twe

you
mwe

they
bo

who?
nde?

what?
iki?

how?
gute?

where?
hehe?

when?
ryari?

name
izina

behind

inyuma

in

mo imbere

in front of

imbere ya

over

hejuru ya

on

kuri

under

munsi ya

beside

iruhande

between

hagati

place

ahantu